நூறு குதிரைகள்

நூறு குதிரைகள் தூரமுள்ள ஆறு

மௌனன் யாத்ரிகா

எழுத்து
பிரசுரம்

Title: Nooru Kuthiraigal Thooramulla Aaru
Author's Name: Mounan Yathrika

Published by Ezutthu Prachuram

Ezutthu Prachuram
(An imprint of Zero Degree Publishing)
No. 55(7), R Block, 6th Avenue,
Anna Nagar,
Chennai - 600 040

Website: www.zerodegreepublishing.com
E Mail id: zerodegreepublishing@gmail.com
Phone : 89250 61999

Ezutthu Prachuram First Edition: January 2024
ISBN: 978-81-967601-4-4
TITLE NO EP: 493

Cover Design & Layout: Vijayan, Creative Studio

பறவைக்கோணம்

1.

இந்தப் பறவைக்கு
இந்த மலை புதிது
சமவெளியில் அதற்கென இருந்த காடு
மரங்களை அகற்றிய பிறகு
எரியூட்டப்பட்டதும்
பழகியிராத மலை நோக்கி
உயரப் பறந்தது
இறகுகள் ஒத்துழைக்கவில்லை
மலையின் காலடியில்
தனித்து நின்றது.

2.

இரண்டு பாறைகளைச் சற்று அகற்றி
மலையேறும் பாதையைத்
திருத்தியிருந்தான் பாணன்
மந்தியின் கலங்கிய கண்களைப்போல்
நீர்கொண்ட சுனையின் நிழலோட்டத்தில்
நூற்றாண்டு தனிமை வருத்த
கொடியேறிக் கிடந்தது யாழ்
பறவை
தன் அலகால் தோண்டியெடுத்தது
பாடலின் எலும்புகளை.

3.

வழக்கொழிந்த சொற்களால்
செய்யுள் புனையும்
புலவர் மரபு ஒன்று
குகைக்குள் இருப்பதாகக்
கதை நிலவுகிறது
மலையின் நெகிழ்ந்த அடுக்கில்
கிழங்கு அகழும் பன்றிகள் கூட
அங்குதான்
புணர்கின்றன ஈனுகின்றன
என்றான் பாணன்
யாழின் உடைந்த பாகத்தை
அலகில் கொத்திக்கொண்டு
குகையை அடைகிறது பறவை.

4.

மிகுந்த காமத்தை
இயற்றச் சொல்லி
புலவரை அழைக்கிறாள் தலைவி
கவிதையாகாத காதல் துயரமானது.
அதுகண்டு ஆற்றாளாகிய தோழி
'புலவர்காள் புலவர்காள்' என்று
குகைக்குள் குரல் கொடுக்கிறாள்
மட்கிய சுவடிக்கட்டை
தூசி தட்டும் ஓசை கேட்கிறது
வயதாகி உதிரும் மொழியைப்
பாட இயலாது
கல்லில் மண்டையை உடைத்துக்கொள்ளும்
ஒலி கேட்கிறது
'ஐயோ புலவர்க்கு நேர்ந்த பாவமே' என்று கூறிவிட்டு
மலையின் சமகால வார்த்தையொன்றை
குகைக்குள் வைக்கிறது பறவை .

5.

வேட்டையில் கிடைத்த இறைச்சியை
மிளகால் காரமேற்றி
சுவைத்த பாணன்
லாந்தரைக் கொளுத்திக்கொண்டு போய்
குகையின் முகப்பில்
கறி படைக்கிறான்
முற்றி நரைத்த உடம்பொன்று
அதை எடுத்துக்கொண்டு உள்ளே போயிற்று
கறி சமைப்பதில்
புதிய வகையைக் கண்டறிந்த
தம் குடியினர் பற்றி
நெக்குருகிய புலவர்கள்
அந்த இரவில்
பறவையின் சாட்சியாய்
ஒரு செய்யுளின் துறை குறித்து
நெடுநேரம் விவாதித்தனர்.

வம்சாவழி கதைகள்

1.

மஞ்சள் நிறத்தில்
குறுங்கற்கள் விளையும் நிலத்திலிருந்து
நம் முன்னோர்கள் இடம் பெயர்ந்தார்கள்
நூறு குதிரைகள் தூரமுள்ள
வறண்டுபோன ஆற்றைக் கடந்துபோனார்கள்
காய்ந்து முறிந்துபோன
ஆயிரம் பனை மரங்கள் வழிமறித்தும்
மீறிச் சென்றார்கள்
இறந்துபோன லட்சம் பறவைகளின்
ஆவிகள் அழைத்தும் கூட
கேளாமல் நடந்தார்கள்
கோடிக்கணக்கான நினைவுகளோடு
போய்க்கொண்டே இருந்தார்கள்
கூத்து நடந்து கொண்டிருந்த
ஓர் ஊரில்
இரவில் தங்கினார்கள்
அந்த ஊர் போட்ட உப்பை மதித்து
அங்கேயே தங்கி விட்டார்கள்
அங்கேதான் என் மகன் பிறந்தான்
அவனுக்கு நீ பிறந்தாய்
உனக்குள் இருக்கும் கூத்து
இந்த ஊர் தந்தது
நீ உருகிப் பாடும் பாட்டு
உன் வம்சாவழியில் வந்தது.

2.

என் இல்லக் கிழத்தி
நம் பூர்வீக மண்ணில் பிறந்தவள்
அங்குதான் அவள் மலர்ந்தாள்
அங்குதான் நாங்கள் விதைத்துக் கொண்டோம்
இந்த நிலத்திற்கு வந்த பிறகே
விளைச்சலைப் பார்த்தோம்
இந்த ஊரின் குணமும் நன்று
உன் தகப்பனுக்கு
இரண்டு மண்ணின் குணமும் இருந்தது
அன்பும் இரக்கமும் மலர்ச்சியும் கொண்ட
இரண்டு வெண்ணிற கண்களால்
அவன் பார்த்தபோது
நானும் உன் பாட்டியும்
ஆளுக்கொரு கண்ணில் தங்கிக்கொண்டோம்
கண்களிலிருந்து நீக்காமல்
அவன் எங்களைப் பார்த்துக்கொண்டான்.

3.

குடியேறிய நிலத்தில் விதைக்க
எங்களிடம் தானியங்கள் இருந்தன
ஊரார் கைவிட்ட கரட்டை
திருத்தி வைத்துக் கொண்டோம்
எங்களின் பாட்டைக் கேட்டு
விதைகள் முளைத்தன
தூர ஊர்களிலிருந்தெல்லாம் கூட
பறவைகள் வந்தன
இந்த ஊரின் பண்பாடுகளில்
ஒப்பற்ற காதல் இருந்தது
இரவுகளில் கதை சொல்லும்
வயதான மனிதர்கள்
தமது வரலாறுகளை
தலைமுறைக்குச் சொல்லிக் கொடுத்தார்கள்
கேட்க வியப்பான பூர்வ கதைகளிருக்கும்
இந்த ஊரை விட்டு
வேறெங்கும் போகக் கூடாது என்று
உன் தகப்பனிடம் சொல்லி வளர்த்தேன்
இரண்டு ஊர்களின் மேதகுவோடு
நீ வளர்ந்து நிற்கிறாய் பேரனே.

கழுகு வம்சம்

கழுகொன்று வானிலிருந்து தரையிறங்குகிறது
'ஆ' என்று வாய் பிளந்து பார்க்கிறேன்.
நான் பிரமிக்கும் பறவை அது.
சவாலான வாழ்க்கைக்கு
அதுவே எனது குரு.
தினமும் ஆயிரம் பறவைகள் பார்த்தாலும்
ஒரு கழுகைக் காண காத்திருப்பேன்.
காட்டையே அச்சுறுத்தும் தன்மையுடன்
அதன் குரல் வெளிப்படும்போது
வேட்டைக்கு நற்குறி பார்க்கும்
காட்டுவாசியைப்போல்
குடிசையை விட்டு வெளியே ஓடிவருவேன்.

ஒருநாள்...
கழுகு கொடுத்த துணிச்சலில்
பாம்பு ஒன்றிடம் போலச் செய்தேன்.
முதலில் கைகளாலும்
பிறகு மொத்த உடம்பினாலும்.

வேகமான காற்றுக்கு ஆடும் தட்டையைப்போல்
பாம்பு ஆடியது.
நானும் அப்படியே ஆடினேன்.
அது என் கண்களைக் குறி வைத்தது.
நான் அதன் கழுத்துக்குக் குறி வைத்தேன்.
அங்கொரு அமைதி நிலவிற்று.

பாம்பின் கண்களில் என் வம்சம் தெரிந்தது.
கணத்தில் நான் கழுகாகி விட்டேன்.
பாம்பு என் கால்களில் தொங்கியது.

ஒரு பறவையால் மட்டுமே
விதைக்க முடிந்த மரம்

சமவெளி மக்களுக்கு
மலையின் தேனும் கிழங்கும் மிளகும்
பிடிக்கும் என்பது தெரியும்
புதிதாய் அவர்கள்
ஒரு மலரையும் கேட்கிறார்கள்
கோடைப்பருவம் முழுக்க
அந்த மலர்
மலையை ஆட்சி செய்யும்.
தெய்வத்தின் கோடை வடிவம் என்று
அம்மலரை நாங்கள் வணங்குவோம்.
அவர்கள்
அந்த மலருக்காக வரத் தொடங்கினார்கள்
ஒருநாள்
ஒரு கூட்டமே வந்தது
அப்போது கோடைக்காலம் முடிந்து போயிருந்தது
உயர்ந்த மரத்தில்
சிறிய இலைகள் மட்டுமே
அசைந்து கொண்டிருந்தன
அக்கூட்டமானது
அந்த மலர் அரும்பும் மரத்தை
வளைத்து வளைத்துப் பார்த்தது
மலையெங்கும் பரவி விரவியிருக்கும் மரமல்ல அது

அஃது அரிது
அதை அறியாதவர்கள்
மலை முழுக்க அலைந்தார்கள்
நாங்கள் ஒன்றிரண்டைக் காட்டினோம்
சிறிய கன்றுகளை
வேரோடு அகழ்ந்து கொடுக்கச் சொன்னார்கள்
நாங்கள் அக்கன்றுகளைப் பார்த்ததில்லை என்பதை
அவர்கள் நம்பவில்லை.
உண்மையில் நாங்கள் பார்த்ததில்லை
அது மலரும்போதுதான்
மலைக்கே தெரியும்
அதன் விதைகளை இதுநாள்வரை
நாங்கள் விதைத்ததும் இல்லை
அவர்கள் நம்பவில்லை
அடுத்தக் கோடைக்காலத்துக்காக காத்திருந்தோம்
அவர்கள்வேறு வேறு பருவகாலத்திலும் வந்தார்கள்
மரத்திலிருந்த இலைகளும் உதிர்ந்து போயிருந்தன
எங்கள் இயல்பைக் கெடுப்பதற்குரிய சொற்கள்
அவர்களிடம் இருந்தன
மலையின் அமைதி
காட்டுத்தீயால் கெட்டுவிடுவதில்லை என்பது
அவர்களுக்குப் புரியவில்லை
கோடைக்காலம்
குகைக்குள் இருந்து வெளியே வரும்
ஒரு புலியைப்போல் வந்தது.
மலையை ஒளிவெள்ளத்தில் ஆழ்த்தும்
அந்த மலர் அரும்பத் தொடங்கியது.
ஒவ்வொரு நாளும்
அவர்கள் கண்காணித்து வந்தார்கள்
காய்கள் பழுக்கும் வரை
காத்திருக்கச் சொன்னோம்
குயிலின் கண்களைப்போல் இருக்கும் பழங்களை
சேகரித்துக் கொடுத்தோம்.

அவர்களுக்கு நன்றி சொல்லத் தெரியவில்லை
அது இன்னும் வளராத பண்பாடாக
அவர்களிடம் இருநததது.
அந்த விதைகள்
சமவெளியில் மட்டுமல்ல
மலையில் கூட
விதைத்தால் முளைக்காது என்பதை
அவர்கள் திரும்பி வந்தபோது சொன்னோம்
அவர்கள் சினம் கொண்டார்கள்
மலையில் கூடாரம் அடித்தார்கள்
மலையில் விதைத்து
கன்றாகத் தாருங்கள் என்றார்கள்
விதைத்தோம்
அந்த விதைக்குத் தேவையான
ஆழம் தெரியாமல் விதைத்தோம்
அதற்குத் தேவையான வெப்பமும் புரியவில்லை
ஈரமும் புரியவில்லை
விதைகள் கண் திறக்கவே இல்லை
அவர்கள் சினந்து
சில மரங்களை
மலையிடமிருந்து நீக்கிவிட்டு
தரையிறங்கிவிட்ட நாளில்
அந்த மஞ்சள் மலர் பூக்கும்
மரத்தின் அடியில்
நாங்கள் குழுமினோம் இரவில்.
அதன் பட்டைகளைத் தொட்டு
வாக்கு கொடுத்தோம்;
இந்த மரங்களை விதைப்பதற்கு
ஒரு பறவை வரவேண்டும் என்பதை
அவர்களிடம் நாங்கள்
ஒருபோதும் சொல்லப்போவதில்லை.

ஆதி பாடல்

மலையில் - ஓர் இரவில் - முழு விழிப்பில் -
பனிப்பொழிவில் - பாறையொன்றில்
ஒரு குருவியைப்போல் அமர்ந்திருந்தேன்.
அன்றைய நாளின் நிலவை
காட்டிலிருந்த விலங்குகள் அனைத்தும்
மிகப்பெரிய தேனடையைப்
பார்ப்பதுபோல் பார்த்துக் கொண்டிருந்தன.
குகையொன்றின் வாசலை மூடியிருந்த
கனத்த கல்லைப் புரட்டி விட்டு
உள்ளே சென்ற சித்தர்கள்
என்னை வாவென்று அழைத்தார்கள்.
ஆயிரம் ஆண்டுகளுக்கு முந்தைய
சுவடிக்கட்டை தூக்கிக் கொண்டு
குகைக்குள் சென்றேன்.
நாங்கள்
மலையின் ஆதி பாடலைத்
தூசி தட்டினோம்.

பூர்வீகச் சடங்கின் குரல்

மைனாக்கள் கூடி முயங்குவதையும்
கரிச்சானும் காகமும் சேர்ந்து விளையாடுவதையும்
மயில் தோகை விரித்தாடுவதையும்
செண்பகம் பதுங்குவதையும்
தவிட்டுக் குருவிகளின் தம்பட்டத்தையும்
கிளிகளின் ஆலோலத்தையும்
புறாக்கள் பறந்துக் குவிவதையும்
சிட்டுக்கள் கூடு கட்டுவதையும்
ராமனத்திகள் நெருங்கி அமர்வதையும்
குயில்கள் பாடுவதையும்
உணர்ந்தபடியே போகிறேன்.

காடெங்கும் பறவைகள் காண்பது
ஆனந்தமாக இருக்கிறது.
எடுத்துச் சென்ற கண்ணியை
முளையடித்துக் கட்டுகிறேன்.
முயல் சிக்கும் புல்வெளியை
மண்டியிட்டு முத்தமிடுகிறேன்.

தரைப் பரப்பெங்கும் கமழ்கிறது
முயல்கள் மோண்ட, பேண்ட,
முயங்கிய நாற்றம்.

வேட்டை நாயை உசுப்பி
மாதிரி ஓட்டத்தை நிகழ்த்துகிறேன்.
வெற்றுப் புல்வெளியை அது
பாய்ந்து வட்டமடிக்கிறது.
வானை நோக்கி வாய் குவித்து
கூக்குரல் இடுகிறேன்.
என் பூர்வீகச் சடங்கு அக்குரல்.

முதல் சாமம் வரை உறங்கிவிட்டு
இரண்டாம் சாமத்தில் காடு திரும்புவேன்.
பனியின் ஈரத்தில் நனைந்த காடும்
அதன் இருளும் அமைதியும்
உள்ளே அழைத்துச் செல்லும்.
நான் கண்ணியை நெருங்குவேன்.
தூரத்திலேயே கேட்பேன்
முளைக் குச்சிகள் அசையும் ஒலியை.

இந்தக் காடு
எனக்கான உணவை
உயிரோடு கையளிக்கும்.
நான் அதன் முன் மண்டியிட்டு
இரவை சாட்சியாக வைத்து
உணவைப் பெற்றுக்கொள்வேன்.

வைகறையில் புகையத் தொடங்கும்
எங்கள் கல் அடுப்பில்
தெய்வம் நின்றெரியும்.

இன்னும் கெடாத ஊர்

கம்பு விளைந்துள்ள ஊருக்குப் போனால்
குருவி ஓட்டும் சத்தம் கேட்கலாம்.
'ஹோய் ஹேய் ஹூய்' என்று
குரல் கொடுத்துக்கொண்டே
தகரங்களைத் தட்டும்போது
கதிர்களுக்குக் கதிர்
மாறி மாறி உட்கார்ந்து
ஆளவட்டும் போடும் குருவிகளை
தானியங்களே காமுற்று அழைத்தன என்பதை
விதைத்தவன் அறிவான்.

குருவி ஓட்டுவது
புன்செய்க் காடுகளின் ஆலோலம்.
தாழ்வாரத்தில் நெல்மணி கட்டும்
குடிகளின் விவசாய பண்பு
புலர் பொழுதுகளின் ஆனந்த விளையாட்டு.

நான் இப்போது
வேறோர் ஊரில் இருக்கிறேன்.
இந்த ஊருக்கு வருவதற்கான
என் பயணத்தில் நான் கண்டது
வழியெங்கும் மக்காச்சோளத் தட்டைகள்
குறைந்துகொண்டே இருந்தன.

கிராமத்தின் கருநீல மண்ணில்
என் காலடிகள் பட்டபோது
என் உடலுக்குள் சென்று
காற்றுப் பையைத் திறந்து வைத்த
நல்ல மணத்தை உணர்ந்தேன்.

இதோ...
இரண்டு நாட்களாய் இங்கிருக்கிறேன்.
பறவையோடு சேர்ந்து எழுந்து கொள்கிறேன்.
மகிழ்ந்து வான் காண்கிறேன்.
கைகால் உதறி நீச்சலடிக்கிறேன்.
ஏழு மணிக்கே பசியுணர்கிறேன்.
பொழுதுக்கும் நீடிக்கிறது உற்சாகம்.
அந்தி வெய்யிலில் ஓடுகிறேன்.
படுத்தவுடன் தூங்கி விடுகிறேன்.

என்னே இன்பம்!
கொடுப்பினை பெற்ற ஊரார் .
எனக்கொரு வாய்ப்பு
இன்னும் கெடாத ஊரில் இருக்கிறேன்.
பாடல் வருகிறது எழுதுகிறேன்.
மனதிலும் நலம் உடம்பிலும் நலம்.

மதினிமார்களின் வசவுப் பாடல்

எலும்பைப் பிடித்திழுக்கும் குளிர்.
வெடி நரம்பில் வாடைக்காற்று இறக்கிய
முட்களைப் பிடுங்க முடியாமல் படுத்திருக்கிறேன்.

தூக்கம் கலைத்த பறவையின் குரல்
நாராசமாய் மாறிவிட்டதோ என்று
கற்பனை செய்யும் அளவுக்கு
யாரோ ஒருத்தியின் வசவுப் பாடல்
உக்கிரமாய் கேட்கிறது.

இன்னொருத்தியின் அந்தரங்கக் கதைகளைத்
தெருவில் போட்டு உடைக்கிறாள் அவள்.
கனிந்த பலாப்பழத்தைப் பிளந்து வைத்ததைப்போல்
தெருவெங்கும் மணம்.
ஒருத்தியைப் பற்றி ஒருத்தி
வாய் மலர்கிற காட்சியை
ஊர் கூடிப் பார்க்கிறது.
அவர்கள் அளக்கும் கதைகள்
கேட்போர் காதில் காமத்தைச் சொரிபவை.

நீரோடு தவறி விழுந்த
ஒரு ரப்பர் குடத்தைப்போல்
நசுங்கிக் கிழிகிறது அவர்களின் உறவு.

நேற்று அந்தக் கரட்டுக் காட்டில்
ஒன்றாக விறகு வெட்டியவர்களா!
தலைச் சுமையை
நெகிழ்த்திவிட்டுக் கொண்டவர்களா
இந்த இரண்டு பெண்களும்!

வளர்த்து வைத்த உறவில்
எதன் பொருட்டு
இப்படி கத்தி வைக்கிறார்கள்?
இந்தச் சண்டைக்கு
ஒரு கோழிகூட காரணமாக இருக்கலாம்.
உப்புக்குப் பொறாத காரணத்துக்கும்
உட்பகை வளர்க்கும் ஊரல்லவா இது.

தெருவுக்கு இந்த நாடகம் பழையது.
பவுனாக்டாக நடிப்பவன்
பெண் வேடமிடுவதைப் பார்த்து சிரிப்பதைப்போல்
அந்தச் சண்டையைத்
தெரு ரசித்துக் கொண்டிருந்தது.

ஒரு தட்டில் உணவுண்ணும்
தோழிமார்கள் இவர்கள்.
ஒருத்திக்குத் தோழியாய் ஒருத்தி இருந்து
களவுக்கு உதவிக் கொண்டவர்கள்.
ஒருத்தி ஆள் பார்க்க ஒருத்தி காமுற்ற
காலத்தில்தான்
ஒருத்திக்கு ஒருத்தி மதினியானார்கள்.

கொண்டவன் இல்லா நேரங்களில்
நகக்குறிக்கு மஞ்சள் தடவிக் கொண்டார்கள்.
வாசல் படியில் அமர்ந்து
ஒருத்தியின் காதில் ஒருத்தி சொல்லும் சொலவத்தில்

காமம் கொப்பளிக்கும்.
தர்க்க வாலிபத்தில் இருப்போர் கேட்டால்
மடியில் சூட்டைக் கிளப்பும்.

இதோ...
பொழுதுக்கு பளபளப்புக் கூடியதும்
சொற்கள் தணியத் தொடங்கிவிட்டன.
கொண்டைகளை கொத்திக் கொண்டிருந்த
இரு வீட்டுச் சேவல்களையும்
காது சலித்துப்போன கிழவி வந்து விரட்டிவிட்டாள்.

தன் தொடைகளின் வாளிப்பை
வசவுச் சொற்களாக மாற்றும் ஒருத்தி
குடி தண்ணீர் எடுக்க
கிணற்றடிக்குப் போகிறாள்.
விறகு ஒடித்து அடுப்பில் வைக்கும் ஒருத்தி
துடுக்குச் சொல் ஒன்றை எடுத்து
உலை அரிசியோடு போடுகிறாள்.

விடிந்து விட்ட நற்பகலைத் துலக்க
வேப்பங்குச்சி ஒடிக்கிறேன் நான்.

தக்கையின் ஆட்டம்

ஏரிக்கரையிலிருந்து ஒருவன் இறங்குகிறான்
நீரில் குவிந்திருந்த கவனம் கலைந்து
குருகுகள் எழுந்து பறக்கின்றன
தக்கையைக் கரைக்குத் தள்ளாத
அலைகள் இருக்கும் இடத்தில் அமர்ந்து
புழுவின் தலைக்குள் முள்ளைச் செலுத்துகிறான்
அவன் விரலில் வழிகிறது வெள்ளைத் திரவம்

ஆழத்திலிருக்கும் மீன்களின் செதில்கள்
புழுவின் குருதி நாற்றத்துக்கு
இந்நேரம் சிலிர்த்திருக்கும்

அவன்
முள்ளுக்கும் தக்கைக்குமான தூரத்தை
முழம்போட்டு அளந்து பார்க்கிறான்
மீன்களின் விளைச்சலை யூகிக்கிறான்

தூண்டில் உயரும்போது பார்த்தேன்
இளம் தீயில் சுட்டு நிமிர்த்தி
எண்ணெய் தடவி ஊறவிட்டு
ஒரு சிலம்பத்தைத் தயார் செய்வதுபோல்
அதை உருவாக்கியிருந்தான்
அவனது வேட்டை அறிவில் வியந்து
அருகில் சென்று லாவகம் கண்டேன்
அவன் தூண்டிலை நீருக்குள் செலுத்தியபோது
கம்புச் சண்டையின்போது சிலம்பத்திலிருந்து கேட்கும் ஒலி கேட்டது
முதல் இழுப்பிலேயே
வளப்பமான மீனொன்றை இழுத்து
வெளியே போடுவானென்று எனக்குத் தெரிந்து விட்டது
மெல்ல தொடங்கியது தக்கையின் ஆட்டம் .

ஊழ் புகுந்த ஊரின் துடிச்சத்தம்

ஏடி கொற்றவை !
நேற்று வரை
கிளிகள் பேசிக்கொண்டிருந்த ஆலமரத்தில்
இப்போது கூகை அலறுகிறதே ஏனடி?
ஊரில் யார் வீட்டில்
இழவு விழப்போகிறது?
குறிப்புணர்த்திச் சொல்லடி அகங்காரி.

பால் கட்டிய முலைகளைத்
தெய்வத்தின் முகத்தில் பீய்ச்சி விட்டு
சுடுகாட்டுக்கு ஓடும் ஒருத்தி
பிஞ்சு எலும்புகளை மடியில் அள்ளி வைத்து
முத்தமிட்டு ஓலமிடுகிறாளே
அவளது ஓங்காரத்தைத் தணிப்பாயா?

சூலத்தைப் பிடுங்கிக் குத்தி விட்டு
உன்னை எச்சரித்து விட்டுப் போகும்
தாலியறுத்தவளின் காமத்தைத் தணிக்க
உனக்கு நேந்துவிட்ட பன்றியை
இப்போதே பலியேற்றுக் கொள்!

நீ அரசாளும் வெப்பக் காட்டிற்கு
ஊழ் திரும்பி விட்டது போலும் தேவி.

பனம்பழம் உதிர்வதைப் போல்
உயிர்கள் உதிர்கின்றன.
தீமை செய்யும் செடியைக் கசக்கி
உச்சந் தலையில் தேய்த்துக் கொண்ட
பண்டுவம் தெரிந்த ஒருவன்
குணப்படுத்தும் மருந்தை
ஆற்று மணலில் எழுதி வைத்தானே
அதை அறிவாயா காளி?
காற்றுக்கு அழிந்து போயிருக்கும்
அந்த எழுத்துக்களைத் தேடியெடுப்பதற்குள்
ஊரில் யாரையும்
பறை காய்ச்ச விடாதே!

பிணம் எரியும் திசையிலிருந்து
ஓயாது கரும்புகை உயர்வதைத்
தொலை தூரத்தில் இருப்பவர்கள்
கொம்பூதி அரற்றுகிறார்கள் காண்.

ஏனடி
உன் எல்லைக்குட்பட்ட நிலத்தில்
நோய்மையை அனுமதித்தாய்?
கொல்லும் தொழில் மேல் காமுற்றாயா?
உனது நாக்கில் ஊற்ற
மது காய்ச்சிக் கொண்டிருக்கிறேன்.
குடித்து வெறியாடி நற்குறி சொல்.
நாங்கள் பிழைத்திருப்போமா?
இல்லை...
காலனின் நாக்குச் சுவைக்கு மயங்கி
உன்மத்தம் பிடித்து ஆட்டுகிறதா உன்னை?

சொல்...
கழுகுகள் கொத்திச் சிதைக்கும்படி
உன் காட்டில் கிடக்கும் உடம்புகளை

ரோகிகள் புணர்வதற்கு முன்
சிதையில் ஏற்று.

பிணங்கள் குவிகின்றன.
சுடுகாட்டு பூமி பிதுங்குகிறது.
விலா எலும்புகள் புடைத்த ஓநாய்கள்
ஆழ்ந்து உறங்குகின்றன.
தொடர்ந்து உடம்புகள்
விழுந்து கொண்டிருக்கின்றன.
ஏடி வனநீலி!
உன் காலடியில் கொளுத்தப்பட்ட சூடம்
எட்டுத் திசைக்கும் நாவசைக்கிறது பார்.
சுற்றி வளைத்து விட்ட தீயோன்
உன் உடம்பைத் தழுவிக் கூடுவதற்குள்
அவன் அந்தரங்கத்தில் சூலம் வை.

பேய்கள் ஊரை விட்டு ஓடும் வரை
அவனைக் கதறவிடு.
பிழைத்திருக்கும் நான் துடியடிக்கிறேன்.
ஊரின் கடைசி மரண ஓலத்திலிருந்து
ஒரு வாழ்த்துப்பா புனைகிறேன்.
உன்னைக் குளிர்விக்கிறேன்.

தாயே கொற்றவை !
ஊர் தணிந்ததும்
உன் கால்களில் ஏற்றுகிறோம்
மாணிக்கப் பரல் சிலம்புகள்.

வீடு

பல மாதங்கள் கழித்து
வீட்டைத் திறந்தேன்.
தனிமையில் விடப்பட்ட பூனையைப்போல்
தாழ்ப்பாள் கத்தியது.
கதவு உள்ளே போனபோது
இருட்டு வெளியே வந்தது.
பொருட்கள் அதனதன் இடத்தில்
உறைந்து போயிருந்தன.
அனைத்தையும் பேச வைக்க
சிலந்திகள் முயற்சி செய்திருந்தன.
அந்தத் தொடர்புகளை அறுத்து விட்டுவிட்டு
வீட்டுக்கு என்னை நினைவுபடுத்த முயன்றேன்.
அது என்னை மறந்து போயிருந்தது.
சிலந்தி வலைக்கு நடுவே நின்று கத்தினேன்.
"இது என் வீடு நான் திரும்பி வந்திருக்கிறேன்"
வீடு அமைதியாகவே இருந்தது.
புழுதி படிந்த சுவரைத்
தடவிக் கொடுத்து நெகிழ்ந்தேன்.
என் கண்ணீர்த் துளிகள் தரையில் விழுந்தன.
யாரோ என்னை
அணைத்துத் தேற்றுவதுபோல் இருந்தது.
அது வீட்டின் தொடுகை .
என்னால் உணர முடிந்தது.

நாங்கள் சமாதானமாகி விட்டோம்.
வீடு ஒரு மோசமான நாற்றத்துக்குப் பழகியிருந்தது.
என் சட்டையைக் கழற்றி
தொங்கியில் மாட்டினேன்.
அடுத்தச் சிறிது நேரத்தில்
என் வாசனையால் நிரம்பி விட்டது வீடு.

ஆந்தையின் குரலுக்காகக் காத்திருந்தோம்

ரத்தத்தை உறைய வைக்கும் குரல் கேட்டபடியிருந்தது.
துர்க்குறியால் நடுங்குபவர்கள்
யாருக்கும் உறக்கம் கூடவில்லை.
இருளோடு இருளாய் மாறி
பெருங்குரலெடுத்து அழும்
நேரத்துக்காகக் காத்திருந்தார்கள்.

உயிரொன்றின் குரல் வளையில்
தயங்கி இறங்கிக் கொண்டிருந்தது
குளிர்ந்த பால்.
கால்மாட்டில் எரியும் விளக்கை
தலைமாட்டுக்கு மாற்றி வைக்க
திடமின்றி தேம்பிக் கொண்டிருந்தாள் ஒருத்தி.

ஊருக்குச் சொல்லும் தீய சேதியோடு
நிலைகொள்ளாமல் பறந்து
கத்திக் கொண்டிருந்தது ராக்குருவி.

“அக்கக்கா குருவியே
அமைதியாக இரு
அந்தச் சிறிய உயிரின் கண்களில்
இன்னும் கொஞ்ச நேரம் ஒளியிருக்கட்டும்”
பிதற்றினாள் தாயொருத்தி.

விம்மும் நெஞ்சை அழுத்தி
கல்லாய்ச் சமைந்திருந்த ஆள்
புத்திர சோகத்தின் கனத்த கண்ணீரை
யாருக்கும் காட்டாமல்
மறைத்துச் செத்துக் கொண்டிருந்தான்.

"குலசாமி வேட்டைக்குக் கிளம்பும் பொழுதாச்சு,
சுடுகாட்டிலிருந்து தலைச்சன் பிள்ளையின் எலும்போடு
கோடங்கி வெளியேறியிருப்பான்,
பேய்கள் செல்லும் திசை நோக்கி
நாய்கள் இனி ஊளையிடும்,
சகுனம் எங்கிருந்து வருகிறதென்று
கூர்ந்து கேள் பொது மூப்பனே!
சிப்பிகள் இரண்டும் மூடப் போகின்றன,
உள்ளிருந்த வைரத்தின் ஒளி
நின்று விட்டது"
என்றாள் பேரிளம் பெண்.

ஆந்தையின் குரல் ஊருக்குள்
உரத்துக் கேட்கத் தொடங்கியது.

காலம் தேம்புகிறது

என்னிடம் கொஞ்சம் நிலம் இருக்கிறது.
அதற்கு பரம்பரைச் சொத்தென்று பெயர்.
முன்னொரு காலத்தில்
என் பாட்டன் அதில்
சோளம் விதைத்து மூட்டைக் கட்டினான்.
மனிதவளம் கூடிய அவனது குடும்பம்
அதை வைத்துத்தான்
தம் சிறிய வயிற்றைக் கழுவிக் கொண்டது.

காலம் கேட்கும்போது கொடுக்கவென்று
அவன் தானியங்கள் சேமித்துக் கொள்வான்.
அவற்றின் விளைச்சல் குறித்து
அவனுடைய குழுக்கள் கதை வைத்திருந்தனர்.

அந்தக் கதைகள்
பூமிக்குள் இருக்கும் கிழங்கைப்போல் அமைதியானவையாக இருந்தன
என்று சொல்லும் என் தகப்பனிடம்
நிலம் கைமாறிய போது
தானியங்களும் கைமாற்றப்பட்டன.

குருவிகளின் சத்தம்
கொஞ்சம் கொஞ்சமாகக் குறைந்து கொண்டிருந்த அந்நிலத்தில்
என் தந்தையின் கால்கள் இறங்கியபோது
முப்போகம் என்ற சொல்லை
ஊர் மறந்தே போய்விட்டிருந்தது.

விடாமல் மண்ணை முண்டிப் பார்த்து விட்டு
ஏர் கலப்பையை உடைக்க
ஊரில் கோடரிக்காக அலைந்தவரை
நான் ஆற்றுப்படுத்தினேன்.

என் கைக்கு மாற்றப்பட்ட
கரிவேலிகள் அடர்ந்த நிலத்தை
அன்று நான் வெறுமையாகப் பார்த்துக்கொண்டு நின்றேன்.
நான் விதைத்த தானியங்கள்
முளைத்து வெளியே வரவில்லை.
உள்ளேயே இறந்து கொண்டிருந்தன.
அதற்குள் எனக்கு சொந்தமாக
நான்கு வயிறுகள் வேறு சேர்ந்திருந்தன.

காலத்தின் முன் பருக்கைக்காக மன்றாடினேன்.
அது தன் வெடித்த பாதங்களை மறைத்துக் கொண்டது.
மழைக்குறி பார்க்கும் கணியன்களில் பலரும்
சுடுகாட்டில் வைக்கப்பட்டு விட்டார்கள்.

ஊரின் மீது புழுதியை இறைத்துச் செல்கின்ற லாரிகள்
காய்ந்த ஆற்றில் இறங்குவதை
துயரத்துடன் வேடிக்கைப் பார்க்கும் நான்
என் தலைமுறையிடம் கைமாற்ற வைத்திருக்கும்
தானியங்களை உண்ணத் தொடங்கி விட்டேன்.

என்னிடமிருக்கும் கொஞ்ச நிலத்தின்
கொஞ்ச நம்பிக்கையை எதிர்கொள்ள முடியாமல்
ஓவென்று அழுகிறேன்.
என்னுடன் சேர்ந்து
காலமும் தேம்புவதுபோல் ஒலி கேட்கிறது.

பாவம்,
காலத்துக்கும் தானியங்களுக்குமான உறவு
கொடுந்துயரமாக முறிந்து போனது.

மயான கருப்பு

பன்னிரெண்டு சோழிகளில்
முதல் சுற்றில் மல்லாக்கப் புரண்டவை ஆறு
இரண்டாம் சுற்றில் எட்டு
அடுத்து நான்கு
நான்காவது உருட்டலில் ஏழு
இறுதிச் சுற்றில் இரண்டு
கூட்டுத் தொகையை மந்திரத்தோடு சேர்த்து
உச்சரித்த பூசாரி
எங்கள் கண்களைப் பார்த்துச் சொன்னான்:

"ஏவலால் சூழப்பட்டிருக்கிறீர்கள்
பூஜையில் வைத்தக் கோழியின் தலையை
உங்கள் பெயரைச் சொல்லித்தான்
திருகி எறிந்திருக்கிறார்கள்
மந்திரித்த எலுமிச்சைப் பழம்
புதைக்கப்பட்டுள்ள இடத்தில்
உங்கள் வீடு அமைந்திருக்கிறது
கிரகம் பலசாலியாக இருப்பதால்
ஆமைபோல் நெருங்குகிறது துர்க்குறி
பரிகாரம் செய்யவில்லையெனில்
நாகம் தீண்டுவதைப்போல்
ஏவல் உங்களைத் தீண்டிவிடும்"

அச்சமும் பீதியும் எங்களை இறுக்கிக் கட்டிப்போட்டன
சாம்பல் நிற பூனையொன்று
குறுக்கே நடந்தபோது
தீய சகுனமாகக் கருதினோம்
எங்களுக்கான நற்குறிக்கு காது கொடுத்தான் அவன்
எங்கோ கோயில் மணி ஒலித்தது
ஓதிக் கொடுத்த சிவப்புக் கயிறை
கெட்டியாகப் பிடித்துக் கொண்டு
பூசாரியின் முன்
மொத்த உடம்பையும் கிடத்தினோம்
கைக்கு அடக்கமாக அள்ளிய திருநீறை
எங்கள் மீது ஊதிவிட்டவன்
இறுதியாக சொல்லியனுப்பினான்:

"உங்கள் கனவில் கழுகுகள் அலையும்
ஆந்தைகள் கூட்டமாக அலறும்
இறந்தவர்களின் காலடியோசை கேட்கும்
ஆபத்து நெருங்கி வருவதற்கு முன்
தகட்டில் உங்கள் கதையை எழுதி
குலசாமியின் தொடையில் பதிக்க வேண்டும்
சடங்குக்கு ஏற்பாடு செய்யுங்கள்
மயானக் கருப்பிடம்
என் காளியை அழைக்க வேண்டும்"

அங்கிருந்து வெளியே வந்தோம்
மயான கருப்பு
எங்களுக்கு முன் போவது போல் இருந்தது.

மணமும் ருசியும்

உப்புக்கண்டத்தை நறுக்கிக் கொண்டிருந்தார் எந்தை
குழம்புக்குக் காரம் கூட்டும் மளிகைகளை
அம்மியில் ஏற்றி
குழவிக் கல் மணக்க மணக்க
அரைத்தெடுத்தாள் ஆத்தாள்

துலக்கி வைத்த மண் சட்டியின் உள் பாகத்தில்
ஈரம் துளிர்த்திருந்தது
அடுப்பில் வைத்த மரத்துண்டு
நின்று எரியத் தொடங்கியபோது
மண் சட்டியில் நீர் பொரியும் இசையும்
தீயில் தாளச் சத்தமும் கேட்டேன்

எள் எண்ணெயின் மணம் எழுந்த கணத்தில்
கடுகும் வரமிளகாயும் வெடித்தன
நெஞ்சுக்குழி வரை இறங்கி நிறைந்த
கரிவேப்பிலையின் மணத்துக்கு
எந்தையின் மூக்கு விரிந்தது

வாயூறிய நீரில் நாக்கு மூழ்கியது
ஆத்தாளின் கைப்பக்குவத்தைப்
பார்த்துக் கொண்டிருந்தேன்
இறைச் சடங்கில் கலந்து கொண்டவளைப்போல் ஆகியிருந்தாள் அவள்

கண் மூடியக் கிறக்கம் நீங்கியபோது
புளிக்கரைசல் விட்டுக்கொண்டிருந்தாள்

பதத்தை நெருங்கும் குழம்புக்கு
பித்துற்று இருந்தது வடிசோறு
கூடி வரும் நிறத்துக்கும் மணத்துக்கும்
கொதிக்கும் குழம்பில்
குதித்து விடலாம் போல இருந்தது

என்ன மாயம் செய்தாளோ
போதுமென்று சொல்ல முடியாத ருசி
தொண்டைக்குக் கீழேயும் இறங்கியது
உண்டுக் களித்தது நானென்றாலும்
பசியாறியதென்னவோ எந்தையும் தாயும்தான்.

வழித்துணை ஆயிரம்

எழுந்தவுடன் மரத்தைப் பார்ப்பது வழக்கம்.
மரத்தில் விழிப்பது நற்குறியென்பது
எங்களின் நம்பிக்கை
காண்பது பூத்த மரமெனில் ஒரு பொருளும்
காய்த்த மரமெனில் ஒரு பொருளும்
காய்ந்த மரமெனில் ஒரு பொருளும் கொள்வோம்

இன்று காய்ந்த மரத்தைக் கண்டேன்.
வளமின்மையின் காலம்
தொடங்கப் போகிறதென்று புரிந்தது
இக்குறி கண்டால் எப்போதும் போகின்ற
முன்னோர்களின் புதை மேட்டுக்கு புறப்பட்டேன்.

அவர்களிடம் இதைச் சொல்லிவிட வேண்டும்
இந்தக் காலத்தைக் கடந்து போக
அவர்கள் வழி காட்டுவார்கள்
நிலவாக, நட்சத்திரமாக, இடியாக,
மின்னலாக, மழையாக, வெயிலாக,
பறவையாக, பூச்சியாக, விலங்காக,
புல்லாக, பூண்டாக
அவர்கள் கூடவே இருக்கிறார்கள்.

எருக்கு முளைத்த
ஒரு மேட்டின் முன் மண்டியிட்டேன்

காற்று இதமாகத் தொடங்கி பலமாக வீசத் தொடங்கியது
யாரோ விழித்துக்கொண்டு காது கொடுக்கிறார்கள்!
வடக்கும் மேற்கும் இணையும் மூலையில்
விடாமல் சகுனம் அடித்தது
நான் சொல்லத் தொடங்கினேன்
கிழக்கிலிருந்து எழுந்த வெயில்
என் தலையில் கை வைத்தது
விழுந்து வணங்கிவிட்டு
கிடைத்த சேதியை எடுத்துக் கொண்டு
என் மக்களிடம் போனேன்
ஆயிரம் பேர்
என்னுடன் வருவது போல் இருந்தது.

எலும்புகள் கேவி அழுகின்றன

என் பாட்டன் பெரும்பாணன்
கூத்தும் பாட்டும் சோறு போடும் என்பான்.
நூறு வேலி நிலம் அவனிடமில்லை.
மண்ணை முத்தமிடும் காதல் இருந்தது.

காட்டில் எது விளைந்தாலும்
அது நமக்கான உணவு என்பான்.
சூழல் கனிகள் உயிர் சக்தியைக் கூட்டுமென்று
இயற்கையத் திறந்து வாசிக்கச் சொல்வான்.

விதைப்பவன் வேறாக இருக்கலாம்
தானியங்கள் யாவருக்குமாகவே
விளைகின்றன என்றவனை
ஒருநாள் பஞ்சம் எடுத்துக்கொண்டு போனது.
அவனை விதைத்த இடத்தில்
வேலம் முளைத்தது.
கருத்த அதன் சருகலம் பாணனுடையது என்பார்கள்.

செம்போத்து கழுகிடம் அகப்பட்டதைப்போல்
மருதம் எந்திரங்களிடம் சிக்கிக்கொண்டது.
ஊரைப் பிரிந்த கடைசி நாட்களில்
தன் தகப்பனை வெட்டி
பிள்ளைகளின் பசியாற்றினார் அப்பா.

பாணரின் வேர்கள்
இந்நேரம் பூமிக்கு கதை சொல்லிக் கொண்டிருக்கலாம்.
ஆதூரமான அக்கதைகளைக் கேட்டால்
புதைந்துள்ள எலும்புகளும் கேவி அழும்.
எங்களுக்கு அப்படித்தான்
கனவு வருகிறது.

தும்பைப்பூ வாழ்வு

நிலத்துக்கு உறவான கருவிகளை
ஒவ்வொரு நாள் காலையிலும்
எங்கள் தோள்களில் ஏற்றும் அம்மை
பகலின் இரண்டு பொழுதுக்கு
கஞ்சி கொடுத்து அனுப்புவாள்.

அப்பன் ஏர் பிடித்தால்
நான் மம்பட்டி பிடிப்பேன்.
அவர் குனிவது குறைவு
நான் நிமிர்வது குறைவு
வேலை, சாரை வேகத்தில் போகும்.

இந்த வாழ்வியல் நடத்தைத்
தொடர்வதை விரும்புகிறோம்.

பொழுதுக்கும் உடலை
வியர்வையால் குளிக்கச் செய்வது
அந்தியில் இறங்கி ஆற்றில் முங்குவது
பானை சோற்றை இரவுக்கு உண்பது
சொலவம் வாய்மொழி பேசிக் களித்து
ஊருக்கு முன் உறங்கப் போவது

தும்பைப்பூ வேட்டியும்
துவைத்த சொக்காயும் போட்டு
தொலைதூர ஊருக்கு
ரயிலேறிப் போவது போலவும்
ஊரையும் உலகையும் ரசிப்பது போலவும்
சுகமான கனவு காண்பது

என்னே அமைதி; என்னே நிறைவு;
ஆனந்த வாழ்வு அமைவது வரம்.
உழைப்பின் பயனன்றோ
இச்சிறப்புடைய வாழ்க்கை!

தீய ஜாதகம்

தெய்வத்தின் பெயர்களில் ஒன்றை
எனக்கு வைத்தார்கள்
பேய்களையும் காட்டேரிகளையும்
அடக்கி ஆள்வேன் என்று
குதிரையின் காலடியில் போட்டு
அந்தப் பெயரைச் சொல்லி
அழைத்தபோது
கை கால்களை உதைத்துக்கொண்டு
நான் சிரித்திருக்கிறேன்
தெய்வத்தின் இடதுபுறம்
சகுனம் சொல்லியிருக்கிறது
பலி மேடையின் மீதிருந்த குருதியில்
நாவைப் புரட்டிக்கொண்டிருந்த நாய்
என்னை மோந்து பார்த்து
கிழக்கு நோக்கி ஊளையிட்டிருக்கிறது
என் மீதிருந்த பால் வாடைக்கு மயங்கி
துர் தேவதைகள் தேடிவருவதற்குள்
பூசாரியின் கட்டை விரல்
என் நெற்றியைத் தேய்த்திருக்கிறது
தெய்வத்தின் காலடி மண்
காற்றுக்குக் கலைந்து
என் முகமெங்கும் சிதறியபோதும்
நான் சிரித்திருக்கிறேன்

உச்சிப் பகல்; நடு இரவு
இந்த இரண்டு பொழுதிலும்
கண்டம் கொண்ட என் ஜாதகக் கட்டை
அவிழ்த்த வள்ளுவன்
ஒரு ரகசியத்தை
ஊரின் காதுக்கு மறைத்தான்
கெட்ட காலம் பிறந்தபோது அவன்
தீக்குறிகளைக் கண்டு அஞ்சினான்
ரத்தம் கக்கி இறந்தபோனவனை
இடுகாட்டில் வைத்தபோது
அவனுடைய கபாலத்தில் புதைந்துள்ள
என்னைக் குறித்த ரகசியத்தை
தேடி அழிப்பதற்காக
ஒரு பெரிய ஆல மரத்தின்
உச்சிக்கிளையில் அமர்ந்து
நான் பார்த்துக் கொண்டிருந்தேன்.

அசரையின் சருகுகள்

“வயல்களுக்கு கிழடு தட்டி விட்டது.
படுக்கையில் விழுந்துவிட்ட கிழவனைப்போல்
எவ்வளவு நோக்காடோடு முனகுகிறது?
தளர்ந்த பறையிலிருந்து எழும் சத்தம்
பனையோலைகளில் கேட்கிறது
வயல்கள் கண்மூடி விடுமோ?”
மூதாயின் குரல் பயத்தில் உடைந்திருந்தது
சுருங்கிய முலைகள் எரிந்து விடுவதைப்போல்
பெருமூச்செறிந்தாள்
“இதற்கு அடுத்து நல்ல பருவமிருக்கிறது
மழைக்கு சாத்தியமுண்டு அம்மை
இளம்பிராயத்தில் வயல்கள் மிளிர்வதை நீ காண்பாய்
வண்டலில் விழுந்த கோடுகள்
உனக்கு அச்சத்தைத் தந்துள்ளன
நெஞ்சு தளராதே”
ஆறுதல் சொன்னாள்
விடலைப் பேத்தி
“மழைக்குறி உண்டுதான் என்றாலும்
நிலத்தை ஆழ்ந்து பார் குட்டி
நண்டு வளை தூர்ந்த நெடிய வரப்புகள்,
மடைப் பள்ளத்தில் நத்தையோடுகள்,
வாய்க்காலில் அசரையின் சருகுகள் ,
நாரையின் இறகு மிதக்காத நிலம்,

பல்லுயிர்க்கு நஞ்சூட்டிய கேட்டின் விளைவு
இப்படித்தானிருக்கும்"
தம் கால்களை நிலத்திலிருந்து
பிடுங்கிக் கொண்டதன் கதையை
வறண்ட துயரத்தின் ஒப்பாரியாய்
பாடிய கிழவி
உயிரே அறுந்து விடுவதைப்போல் இறுமினாள்
"நண்டு ரசம் வைத்து குடித்தால்
உன் எலும்பில் ஒட்டியிருக்கும்
வெள்ளைப் பாசியை நீக்கிவிடலாம் அம்மை
கழனி நீர் பிடித்ததும்
நானதை உனக்குத் தருவேன்
நீ கொடுத்த பால் நண்டில்
பிழைத்தவள் அல்லவா நான்!"
குமாரத்தியின் கண்கள் நண்டாகின
பாட்டியின் நெஞ்சுக்கூட்டில் நண்டாக ஒடுங்கினாள்
சேற்று வயலாடிய அம்மையின் நினைவுக்குள்
நண்டுகள் ஊர்ந்தன
மார்புக்குழியில் முளைப்பெடுத்த
நாற்றுப் பச்சையால்
பால் நண்டை மூடினாள் அவள்.
மழைக்குறி பொய்க்கவில்லை
பேதையர் கதை கேட்ட வானம் உடைந்தது
மழை வலுத்துக் கொட்டியது
வயல்களில் தேங்கிய நீரில்,
நத்தைக் கூடுகளில் எல்லாம்
வானம் ஒதுங்கியது
நீலம் கரைந்து மிதந்தது.

எமது காணியாட்சி

செம்பாட்டுக்கும் கரம்பைக்கும் நடுவே
ஒரு வெட்டுக்காடு இருக்கிறது காண்
அங்கே, வெண் தோகைகள் பூத்திருக்கும்
உயரமான புற்கள் தெரிகிறதா?
அதுதான் எமது காணியாட்சி.
பால் கள்ளியால் வேலியமைக்கிறாரே
கரேலென்ற மனிதர்
அவர்தான் எமது தலைமான்.

சங்குப்பூவுக்கொரு கதையும்
செங்காந்தளுக்கொரு சொலவமும் என
பண் புனைந்து போகிறாளே ஒருத்தி
அவள்தான் எமது தாய்.
அதோ...
அல்லிகளைக் காமுற்று
குளத்தில் இறங்கிச் செல்லும் குமாரத்தி
ஆயிரம் மலர்களின் நடுவே நின்று
ஓர் அரசியைப்போல் பாவிக்கிறாளன்றோ!
அவள்தான் எமது குலக்கொடி.

ஆயிரம் பனைகளை நடவேண்டும்
ஒவ்வொன்றின் கள்ளையும்
நுரைக்க நுரைக்க மாந்த வேண்டும் என

ஆவல் கொள்ளும் இவண்
இந்தத் திணைக்குடியின் பாணன்.

எம்மிடம்
சோள வகைகள் யாவும் உள
கம்பும் சாமையும் உள
கானம் உள்ளிட்ட பயிர்கள் உள
பின்னணி நிலத்தில் பேரழகு உள

எப்போதும் ஈரமிருக்கும் ஓடை
இருமருங்கும் நிறைந்த நாணல்கள்
புதர் போன்ற தாழை
உறுமீன் எகிறும் அணை
காய்ந்த மணல் பரப்பெங்கும்
முயல்களின் காலடித்தடங்கள்
நீர்த்திட்டுக்களில் குசும்பும்
அசரைக்கூட்டம்
வலசையை விரும்பாத நாரைகள்
பாலைக் கடறுகள் ஏங்கும் காட்சிகள்

எமது நிலத்தின் மணம்
இன்றுள்ளவாறே
எஞ்ஞான்றும்
நீங்காதிருக்க துணை நில் காலமே...
தெய்வமே...
இயற்கையே...

ஒரு கனிந்த பழம்
அந்தியின் கிளையில் தொங்குகிறது

கரையோரத்தில் அல்லி இலைகள்;
மற்றெங்கும் நீல நீர்;
நடுவில் அகப்பட்ட கருவேலத்திலிருந்து
வெண்ணிற மலர்கள்
எழுந்து பறந்தன;
மாலைச் சூரியனை நீரில் பார்த்தபடி
தூண்டில் போடும் சிறுவன்
ஒரு பப்பாளி பழத்தின் பாதிப்பகுதி
நீரில் மூழ்கியிருப்பதைக் காண்கிறான்;
தக்கை அசைவதைக் கவனியாது
பழத்தின் செம்மஞ்சள் நிறத்தைக் காமுறுகிறான்;
தக்கை மெல்ல மூழ்குகிறது;
ஒரு சொடுக்கில்
தூண்டிலை இழுத்துக்
கரையேற்றுகிறான்;
முள்ளில் துள்ளும் மீன்
பப்பாளி பழத்தின்
இரண்டு விதைகளை மட்டும்
கண்களில் வைத்திருக்கிறது;
பழம் எங்கே?
மீனின் வயிற்றில் இருக்குமோ!

அந்த சாம்பல் நிற மீனுக்கு
இருந்ததோ சிறிய வயிறு;
அதைத் தடவுகிறான்;
அங்கே ஒன்றும் இல்லை;
நீரின் கருமை கொள்ளோ என
அதன் முகத்தைப் பாடுகிறான்;
மேற்கில் அப்போது
இறங்குகிறது அந்தி;
நீரில் கேட்கிறது சன்னமான இசை;
மீனின் வாலில் அதற்கேற்ப தாளம்;
சிறுவன்
பழத்தை மறந்தே போனேன்;
அங்கிருந்து அவன் செல்லும்போது
மிதக்கும் கழுகின் தலை
அவனுக்கு
நிலவைப்போல் தெரிந்தது;

எனது வேட்டை நாய்

ஒரு பசியுள்ள விலங்கு
என்னை மறித்துக்கொண்டது
கையில் காயம் செய்து
ஒரு துளி குருதியை
அதன் நாவில் விட்டேன்
அது திருப்தியடையவில்லை
என் கால்களில் கொஞ்சம்
சதையை அரிந்து
அதன் முன்னே போட்டேன்
அது விரக்தியாய் பார்த்தது
எலும்பு தெரிவதுபோல் கிழித்து
காயத்தை அதிகமாக்கினேன்
உட்திசுவில் நாவால் தீண்டிவிட்டு
கருணை சுரக்க பார்த்தது
என்ன வேண்டும் என்றேன்
ஒன்றும் வேண்டாம்
உன்னுடன் அழைத்துச்செல் என்றது
நான் அழைத்துச்சென்றேன்...
ஒரு பெரிய காட்டுக்கு
அந்தக் காட்டிலிருந்த ஓடைக்கு
அந்த ஓடையில் இருந்த நீருக்கு
நாங்கள் நீந்தினோம்
மீன்கள் பிடித்தோம்
நெருப்பில் சுட்டு உண்டோம்
இப்படித்தான்
எனக்கொரு வேட்டை நாய் கிடைத்தது.

வேட்டுவம்

குதிரை நின்றால் கூட தெரியாத
ஓங்கிய புல்வெளி
விளிம்பில் மண்டியிட்டு அமர்ந்து
கைகளுக்கு அடங்காத
இரண்டு அடிக்கட்டைகளை விலக்கி
மோந்து பார்த்தால்
உள்ளேயிருக்கும் முயல்களின் வாசனை
மூக்கில் நுழைந்து புரையேறும்
நம் வேட்டைப் பிராந்தியத்தில்
அதிக இரைகள் விளைந்திருக்கும் காலம் இது
புற்களின் நுனி வழியாக
வெயில் இறங்கத் தொடங்கிவிட்டது காண்
மெலிந்த சாரைகளைப்போல்
புற்கள் ஒளிர்கின்றன
எலே பங்காளி
இருபுறமும் கருவேலம் நிற்கும்
ஏரிக்கரையில் முனி நடப்பதை காண்
முதல் இரையின் ரத்தப்பொரியலை
அவனுக்குப் படைக்க வேண்டும்
அம்பை வில்லில் அழுத்து.

வறண்ட நண்டு வலைக்குள் சிக்கி
குளம்பில் காயம்பட்ட விலங்கு
வலி நிருட படுத்திருந்த இடத்தைக் காண்
கனத்த உடல் கிடந்து புரண்டதால்
கொட்டியிருக்கும் மென்மயிர்கள்
வாதை மிகுதியில் உதிர்ந்தவை
அதன் ஓலத்தால் தூக்கமிழந்த புற்கள்
துவண்டு முனகுவது கேட்கிறதா?
யாழின் வயிற்றுக்கும் தொடைக்கும்
தொடுக்கப்பட்ட நரம்பைப்போல்
புல்லின் நுனிக்கும் அடிக்கட்டைக்கும்
சிலந்தி பின்னியிருக்கும்
வலையின் வழியே பார்
உடல் சோர்ந்த உயிரொன்று நிற்கிறது
எலே பங்காளி
நமது வேட்டை நாய்
எதிர் திசையிலிருந்து முடுக்கி வந்த
இரை அது
தன் பங்கு கறிக்காக
அந்தப் பக்கம் அது காத்திருக்கும்
குறி தப்பவிட்டு அதை ஏமாற்றிவிடாதே.

"அங்கே காண்!
கருங்கற்களைக்
கொட்டி வைத்திருக்கிறார்களே
காட்டுக்கு நடுவில் ஏதேனும்
பாலம் கட்டப் போகிறார்களா?"

"எதற்கும் நீ அம்பு வழியாக நோக்கு
பன்றிக்கூட்டமாக இருக்கலாம்"

"அட, ஆமாம். பன்றிக்கூட்டம்தான்"

எலே பங்காளி
அம்புகள்தான் நமது தொலைநோக்கி
வெட்டவெளியோ, அடர்ந்த காடோ
சமவெளியோ, மலை முகடோ
எல்லாமே நமது வேட்டைக்களம்தான்
அம்புகள் வழியாகப் பார்த்தால்தான்
இரையைக் கவர முடியும்.

ஆவாரைப் புதருக்குள்ளிருந்து
இரண்டு கண்கள் தெரிவதால்
புலியைப் பார்த்ததுபோல்
மிரள்கிறது பாரடா வேட்டை நாய்
காட்டுக்குள் ஓடும்போது
நமக்கு முன்னே பேய் குதித்தால்
எப்படி நடுங்குவோமோ
அப்படி நடுங்குகிறது அதன் உடல்
இந்தப் பயம்
நம் நிதானத்துக்கு தேவை
எலே பங்காளி
நம்மை மிரட்டி வைத்திருப்பதால்தான்
ஒரு சாம்ராஜ்யத்தைப் போல்
பரந்து விரிந்திருக்கிறது காடு
இல்லையேல்
அதன் நாடி நரம்பை அறுத்துவிட்டு
ரத்தம் குடித்திருப்பான் மனிதன்
ஒன்றைப் புரிந்து கொள்
காட்டில் அச்சம் இருக்கும் வரைதான்
வேட்டையில் உச்சம் இருக்கும்.

அந்த பட்டுப்போன
புளிய மரத்திலிருக்கும் முண்டுகள்
காண்பதற்கு அசப்பில்
ஆந்தைகளைப்போல் இருக்கின்றன
அதோ
யானையின் கண்ணைப்போல்
அதிலொரு பொந்து
எட்டிப் பார்க்கும் கரும்பறவையின்
முட்டைகளைக் குடிக்க
இங்கேதான் எங்கோ
மூக்கு வேர்க்க காத்திருக்கும் நாகம்
சந்தேகமிருந்தால் தலையுயர்த்திப் பார்
மேலே கழுகு வட்டமிடும்
சூழல் முற்றிலும்
வேட்டைக்கானதாக இருப்பதைக் காண்
எலே பங்காளி
நாமும் அந்தக் கோட்டில்தான் நிற்கிறோம்
ஒவ்வொன்றும் அதனதன் இரைக்கு
குறி வைத்துக் காத்திருப்பது போல்
நமது இரையைக் குறி வைப்போம்
வெய்யில் உச்சிக்கு ஏறுவதைப்போல்
பசி கண்களுக்கு ஏறுகிறது.

ஆஹா! சரியான வேட்டை
தர்க்க வாலிபத்தில் இருக்கும் விலங்கை
இப்படித்தான்
ஒரே குத்தில் மல்லாத்த வேண்டும்
காடு கொடுத்த ஊட்டத்தில் வளர்ந்து
உடம்பில் மதர்ப்பு ஊறியிருக்கிறது
நெஞ்சைப் பிளந்து
எலும்புக்குள் சூரியனை குதிக்க விடு
கொப்பளிக்கும் குருதியில்
நறுமணம் மிகுந்த இலைகளை பறித்துப் போடு
தீயில் சமைத்தெடுக்கும் கறியின் ருசி
ஜென்மத்துக்கும் மறக்காது
எலே பங்காளி
ரசித்து உண்ணத் தெரியாதவனுக்கு
சருகு கூட கிடைக்காது
ஒரு வேட்டைக்காரனின் நாக்கு
காட்டின் மொத்தச் சுவையையும்
அறிந்திருக்க வேண்டும்.

ஊரில் முழங்கும் பறைக்கு
காடே ஆடுகிறது காண்
அந்தப் புதரைப் பாரேன்
வேரோடு பிடுங்கியெறிவதைப்போல்
அதை உலுக்கியெடுக்கிறது இசை
அங்கொரு பாறையைப் பாரேன்
கால் முளைத்து எகிறிக் குதிக்கிறது
ஓ...அது பன்றியா?
பறைக்கு வார் முறுக்குபவர்கள்
காற்றுக்கு வெறியேற்றுகிறார்களோ!
முறிந்து விடுவதைப்போல்
மரங்கள் வளைந்தாடுகின்றன காண்
வேட்டை நாயின் வால் கூட
ஆட்டம் போடுவதை கவனி
எலே பங்காளி
துள்ளல் இசையால்
நிரம்பியிருக்கிறது காடு
பறையொலி ஓய்வதற்குள்
இரையொன்றை வீழ்த்திவிடு
சுட்ட எலும்புக்கறியை
மூக்கு முட்ட உண்டாடுவோம்.

ஆபத்து நெருங்குகிறது
எங்கிருந்தோ ஓர் அம்பு வழியே
நாம் கவனிக்கப்படுகிறோம்
கழுத்தோ விலாவோ தொடையோ
குறி வைக்கப்படுகிறது
நம் உடம்பின் நாற்றத்தைத் தடயமாகக் கொண்டு
வேட்டை நாயின் காலடிகள்
முன்னேறி வருகின்றன
உயிர் வாழ்வதற்கான போராட்டம்
மீண்டும் ஒருமுறை நடக்கப் போகிறது
தப்பிக்கும் பாதைகளைத் தேர்ந்தெடுங்கள்
வேட்டைக்காரர்களின் இன்றைய உணவில்
காடு, எந்த விலங்கின் பெயரை
எழுதி வைத்திருக்கிறதோ தெரியாது
எலே பங்காளி
அதோ, அந்தப் புதருக்குள் இருக்கும்
விலங்குகளின் மொழிக்குக் காது கொடேன்
அவைகள் பேசுவது கேட்கிறதா?
நம் அம்புகளை
குறி தவற வைப்பதற்கான வழிகள்
கண்டறியப் பட்டுவிட்டன
ஒரு யூகத்தில்தான் சொல்கிறேன்
அந்த விலங்குகள் தப்பித்துவிடும்.

அசையாமல் கிடக்கும்
அந்த முரட்டு உடும்பு
ஒரு போர்வாள்போல் இருக்கிறது காண்
எடுத்துச் சுழற்ற வேண்டும்போல்
ஒரு தினவு கைகளில் ஏறுகிறது
வேலும் வாளும் ஏந்திய கூட்டம்
வில்லும் அம்பும் ஏந்தியதன் பின்னே
மிகப்பெரிய வரலாறு இருக்கிறது
நமது முன்னோர்கள்
சிப்பாய்களாக இருந்தவர்கள் என்று
வாய்மொழிக் கதைகள் உண்டு
நம் குதிரைகள் பாய்ந்தோடிய நிலம் இது
எலே பங்காளி
ஒரு சாதாரண உடும்பு
பல்லாயிரம் ஆண்டுகளுக்கு முந்தைய
நினைவுகளைக் கிளறிவிடுகிறது பார்
இந்தக் காட்டில் நாம்
இரையின் மீது மட்டுமல்ல
வரலாற்றின் மீதும் குறிவைக்கிறோம்.

பொழுதுபோக்காக வேட்டையாடுபவர்கள்
காட்டில் நுழைந்திருக்கிறார்கள்
கொன்றொழித்த விலங்கை
தலைகீழாகத் தொங்கவிட்டு
தொடைகளைக் கிழித்திருக்கிறார்கள்
சிந்திய ரத்தத்தை
அவமதித்திருக்கிறார்கள்
வழிந்த குருதியின் வெப்பம்
நிலத்தில் உறைந்துப் படிவதற்குள்
சப்பாத்துக்களால் அழித்திருக்கிறார்கள்
கறியைச் சிதற அடித்து சிரித்திருக்கிறார்கள்
ஐயகோ!
இங்கு கொலைப்பாதகம் நடந்திருக்கிறது
துப்பாக்கி ரவையால் அல்லாமல்
அவமானத்தால்தான்
இந்த விலங்கின் உயிர் போயிருக்கும்
எலே பங்காளி
கேவி அழும் காட்டின் குரல்
நம் வேட்டையை இடைமறிக்கிறது
மரத்தில் தொங்கும்
அந்த எலும்புக்கூட்டை இறக்கி
குழியைத் தோண்டிப் புதைப்போம்
மண்டியிட்டு மன்னிப்புக் கோருவோம்
சாகசம் என்ற பெயரில்
பாவத்தைச் செய்திருப்பது
நம்மைப்போல் ஒரு மனிதக்கூட்டம்.

முன்பெல்லாம் இரவுகளில்
காடுகளில் இருந்து
விலங்குகளின் குரல்கள் கேட்கும்
வாசலுக்கு வந்து நின்று
வானை அண்ணாந்து பார்ப்பேன்
நட்சத்திரங்கள் நகர்வதையும்
நிலவு ஒளிர்வதையும் கண்டு
நிம்மதியாய் உறங்கச் செல்வேன்
இப்போது
லாரிகளின் உறுமலும் வெடிச்சத்தமும்
மட்டுமே கேட்கிறது
எழுந்து வெளியே வரமுடியாமல்
உடம்பு நடுங்குகிறது
காட்டிலிருக்கும் விலங்குகளை விட
அதிக அச்சத்தில் இருக்கிறேன்
வாகனங்களின் விளக்கொளிகள்
நம்மையே கண்காணிப்பதுபோல் தோன்றுகிறது
எலே பங்காளி
காட்டுக்கு நடுவில் தார்ச்சாலை
அதில் நசுங்கிச் செத்துள்ள பாம்புகள்
டயர்களின் தேய்ந்த தடங்கள்
ஒன்றுக்கொன்று தொடர்புடைய
காட்சிகளாக இருப்பதைக் கவனி
நமது வில்லுக்கு எதிரே
துப்பாக்கிகள் நிற்பதற்கான
துர்க்குறிகள் தெரிகிறதா காண்.

காட்டில்
துப்பாக்கி வைத்திருப்பவர்களின்
நடமாட்டம் அதிகரித்திருக்கிறது
மரங்களில்
குண்டுகள் பாய்ந்துள்ளன காண்
குறி பார்த்து சுடத் தெரியாதவர்கள்
வேட்டை என்கிற பெயரில்
காட்டின் சமநிலையைக்
கெடுத்து விடுவதோடு
விலங்குகளின் மூர்க்கத்தைத் தூண்டி
நம்மீது பாய வைத்து விடுவார்கள்
எலே பங்காளி
சூரிக்கத்தியை இறுக்கிப் பிடி
நீ குறிவைக்கும் விலங்கு
ஒருவேளை உன்னை மல்லாத்தினால்
மண்டியிட்டு பின்னுக்கு வளைந்து
அதன் அடிவயிற்றில் கோடுபோட்டு
கழுத்துவரை இழுத்துவிடு
மூர்க்கம் என்பது வலிமையான குணம்.

புலிக்கூட்டம் இணைந்து
படுத்திருப்பதுபோல் தெரியும்
பரந்து விரிந்த
அந்த மஞ்சள் புல்வெளியில்
வேட்டை நாய்களால்
சுலபத்தில் பாய்ந்துச் செல்ல முடியாது
அவைகள்
மூக்கை விடைத்துக்கொண்டு
விளிம்புகளைக் கண்காணிக்கட்டும்
நாம் உள்ளே நுழையலாம்
புற்களின் அசைவைக் கொண்டுதான்
அம்பெய்த வேண்டியிருக்கும்
கூடுதல் குறிப்பு என்னவெனில்
காற்றும் புல்வெளியின்மேல் நடக்கிறது
இரையின் நகர்வை அறிவதில்
நம் வேட்டை அறிவுக்கு
பெரிய சவாலிருக்கும்
எலே பங்காளி
வலது கண்ணின் கூர்மையை
இடது கண்ணுக்குப் பாய்ச்சி
அம்பின் நுனி வழியாகப் போய்
புல்லின் மீது புத்தியை நிறுத்து
புல்வெளி பலநேரம்
கல்கோட்டையைவிட வலிமையானது.

நம் தெய்வங்கள்
பூக்கத் தொடங்கிவிட்டன காண்
இந்த வருட திருவிழாவில் நடுவதற்கு
அந்த நீண்டக் கிளையைத்தான்
பார்த்து வைத்திருக்கிறேன்
சடங்கு முடிந்த பிறகு
கிளையைச் சேற்றில் புதைக்க
நம்மில் யார்
ஏரியில் இறங்க வேண்டும் என்று
இன்று இரவு மூப்பன் சொல்வார்
எலே பங்காளி
மரத்தை வணங்கும் நம் பண்பாடு
காட்டுக்கு வெளியே தெரியாது
தூரத்தில் புதிய குடிசைகளைப்
போட்டுக் கொண்டிருப்பவர்கள்
புதிய கதைகளைக் கூறிக்கொண்டு
வருவதாகக் கேள்வியுற்றேன்
அவர்கள் நம்மை
இரையாகப் பார்ப்பதுபோல் இருக்கிறது.

இந்த இடத்தில் சற்று முன்
ஒரு வேட்டை நடந்திருக்கிறது.
கொல்லவும் தப்பிக்கவும் எழுந்த
இரண்டு குரல்களின் அதிர்வு
இன்னும் அடங்கவில்லை கேள்.
இதோ, இந்தப் புதரில்தான்
இரை உண்ணப்பட்டிருக்கிறது.
உயிரடங்கிய கடைசித் துடிப்பும்
பசியடங்கிய பெருத்த ஏப்பமும்
இன்னும் கேட்கிறதல்லவா?
அதோ, அந்தத் திசையிலிருந்துதான்
இரை விரட்டப்பட்டிருக்கிறது.
மண்ணைப் பறித்து பின்னுக்கு வீசிய
கால் தடங்கள் பாய்ந்துள்ள தூரம் காண்.
இதோ, இந்த வளைவில்தான்
இரை வீழ்த்தப்பட்டிருக்கிறது.
கழுத்திலிருந்து முதல் சொட்டு ரத்தம்
நிலத்தில் விழுந்தபோது உருவான
வெப்பச் சலனம் குறையவில்லை காண்.
எலே பங்காளி
வேட்டையெனில்
இப்படித்தான் இருக்க வேண்டும்
தடயங்கள் அழிந்தாலும்
அதன் தாக்கம் குறையக்கூடாது .

இளைய வேட்டுவா! பதறாதே
குறி தவறுவது இயல்பு
விலங்குக்கு
மேலும் வாழ்வதற்கொரு வாய்ப்பும்
நமக்கு
இன்னொரு வேட்டையனுபவமும்
அதனால் ஏற்படும்
எய்யும் எல்லா அம்புகளும்
ரத்தம் பார்ப்பதில்லை
எறியும் எல்லா ஈட்டிகளும்
இரையைத் துளைப்பதில்லை
ஒரு விலங்கிடம் தோற்றுப்போகும்போதுதான்
கடவுளின் இதயத்தை நாம்
தொட்டுப் பார்க்க முடியும்
எலே பங்காளி
இரைகள் தப்பித்துவிடும்போது
வேட்டை நாய்கள்
கோபமடைவதில்லை
மாறாக, அமைதி கொள்கின்றன
அதுதான், அந்த அமைதிதான் காட்டைப் புரிந்துகொள்வதற்கு வழி
வா! அருகில் உட்கார்
அந்த வழியை வரைந்து காட்டுகிறேன்.

அதோ !
ஒரு காத தூரத்தில் தெரியும்
அந்தக் கொம்புள்ள மான்
வெட்டவெளியில்தானே நிற்கிறது?
அதை உன் அம்பினால் வீழ்த்து பார்ப்போம்.
நீ பெரிய கொம்பனாக இருந்தாலும்
உன் குறி அதனிடம் பலிக்காது.
பிறகு எப்படித்தான்
அதை வேட்டையாடுவது என்கிறாயா?
நீரில் மூழ்கிப் பதுங்குவதுபோல்
கானலில் பதுங்கத் தெரிந்திருக்க வேண்டும்.
மரங்கள், செடிகொடிகள், புதர்களைப்போல்
வெறும் நிலத்தில் அலையும் சூனியம்
நமக்கு உதவி செய்யாது.
அடர்த்தியை விடவும் வெறுமைதான்
மர்மம் நிறைந்தது.
எலே பங்காளி
காற்றில் தூசியைப்போல் மாறு;
வெயிலின் வாலைப் பிடி;
உருமாறி உருமாறி அருகே போ;
நம் நெஞ்சுக்கூட்டில் இக்காட்டின்
புழுதி நிறைந்திருக்கிறது;
கிட்டத்தட்ட இப்போது நாம் புழுதி;
நம் அம்புகளும் தூசிதான்;
ஒரு வண்டு கடித்ததைப்போல் மான்
தலையைச் சிலுப்புகிறது காண்;
அப்படியே கீழே சரிகிறது காண்;
ஆம்; அம்புதான் அந்த வண்டு;
போ! நம் இரையை எடுத்து வா!

காட்டில்
சமநிலைக் கெட்டுப்போனதிலிருந்து
விலங்குகளுக்கு உதவும் இயல்பு
தாவரங்களிடம் குறைந்து போனது
அங்கே பார்
நம் குடிசையின் அளவுள்ள புல்தரை
புழுக்களால் தின்னப்பட்டிருக்கிறது
கலங்கிய கண்களுடன்
ஒரு யானை நடந்துபோன பாதையில்
மூன்று பாதங்கள் மட்டுமே பதிந்துள்ளன
காட்டில் தனது அதிகாரம்
செல்லுபடியாகாத கோபத்தில்
மதுப்பாட்டிலால்
மரத்தைத் தாக்கியுள்ளார்கள் காண்,
எலே பங்காளி
அந்தச் சில்லுகளை நீக்கிவிட்டு வா
அதன் ஓலம் உயிரைப் பிசைகிறது
மிகச் சாதாரணமாக
உயிர்ச் சங்கிலியை அறுத்துவிட்டுச் செல்ல
பொழுது போக்கிகளுக்கு
எப்படித்தான் மனம் வருகிறதோ !
கண்ணாடி ஓடுகளை
காட்டுக்குள் போடுவதற்கு
என்ன படிப்பு படிக்கிறார்களோ!

வரவர காடு
யாருக்கோ சாதகமாக
மாறுவதுபோல் இருக்கிறது
அல்லது
காட்டைத் தமக்குச் சாதகமாக
யாரோ மாற்றிக்கொண்டிருக்கிறார்கள்
விலங்குகள் அருகிவிட்டதற்கும்
காட்டில் பதிந்துள்ள
சப்பாத்துகளின் தடங்களுக்கும்
ஏதோவொரு காரணமிருக்கிறது
வெறும் காட்டை மோப்பம் பிடிப்பதால்
வேட்டை நாய் சோர்ந்துபோகிறது
பல காத தூரங்கள் வந்துவிட்டோம்
ஒரேயொரு புதர்கூட அசையவில்லை
எலே பங்காளி
வடலிப் பனையில் மறைந்துகொண்டு
ஊளையிடும் நரியின் முகத்தை
நற்குறியாகக் கண்டுவிட்டு
வேட்டையைத் தொடர்வோமே
இனி அது வாய்க்காது போலும்
அதோ,
நரியின் கடைசி நிழல் தெரிகிறது காண்
துப்பாக்கிச் சத்தத்துக்கு பயந்து
ஓடியபோது தெறித்த நிழல்தான் அது
அதன் கடைசி ஊளைகூட கேட்கிறது
அந்த ஊளை ஓலம்போல் உள்ளது.

ஒரு மந்தையை உருவாக்கி
மேய்ச்சல்காரனாக இருந்திருக்கலாம்
நிலங்களை உடமையாக்கிக்கொண்டு
ஒரு குடியானவனாக இருந்திருக்கலாம்
இப்படி
ஒரு வேட்டை நாயின் பின்னே
காட்டில் அலைந்துழல்கிறோமே
என்று வருந்துகிறாயா?
காட்டைச் சார்ந்திருக்கும் வாழ்வு
தலைமுறைக்கும் தொடர்வதை எண்ணி
விசனப்படுகிறாயா?
காட்டுக்கும் நமக்குமான வழித்தடம்
அழிந்துவிடுமோ என்று அஞ்சுகிறாயா?
எலே பங்காளி
துப்பாக்கி வெடிக்கும் சத்தம் கேட்டதிலிருந்து
அம்புகளை கூர் தீட்டுவதற்கே மனமில்லைதான்
அதற்காக
காட்டை வெறுத்து உட்காரலாமா?
யானையின் இதயத்தில் நிரம்பிய
காட்டின் வாசனையை
ஒருபோதும்
யாராலும் நீக்க முடியாது.

இரவெல்லாம் மாமழை
கோபத்திலிருக்கும் யானை
மரத்தை முறிப்பதுபோல்
இடிச்சத்தம் கேட்டுக்கொண்டேயிருந்தது
காட்டிலிருந்து கேட்ட
வெள்ளப் பெருக்கின் ஓசைக்கு
ஊர் மரங்கள்
சன்னதம் கொண்டு ஆடின
சருகலம் குன்றிய வேட்டை நாய்கள்
கருநீல இருள் கண்டு ஊளையிட்டன
எலே பங்காளி
கால் புதையும் சகதிக்கே
நுரைத்தள்ள வைக்கும் காடு
ஆள்புதையும் அளவுக்கு
இப்போது ஊறிப்போயிருக்கும்
இந்த ஈரக்காலத்தில்
அம்புகளில் கொஞ்சம் துருவேறட்டும்
காட்டு ஏரிகளின் நீர்மட்டம்
உயர்ந்துகொண்டேயிருப்பதால்
கடைமடையில் நண்டுகள் கொட்டும்
வா! இன்னும் கொஞ்ச நாளைக்கு
நண்டு ரசம் குடித்துக் களிப்புறுவோம்.

ஆழமான சேற்று வளையில்
வளரும் நண்டு
கடைமடையில் இறங்காது
அதுவொரு குட்டிச் சிங்கத்தைப் போலிருக்கும்
கிட்டதட்ட அதன் வளையும்
சிங்கத்தின் குகையும் ஒன்றுதான்
விலங்கைத் துரத்திக்கொண்டு
காட்டில் ஓடுவதை விடவும்
ஒரு நண்டு வளையில் கையை விடுதல்
பயங்கரமான வேட்டை அனுபவம்
எலே பங்காளி
இன்று
அந்த அனுபவத்தைப் பெறலாமா?
ஒரு பூச்சியைப்போல் பயந்து ஓடும்
பால் நண்டுகளை விடவும்
தாக்குவதற்கு கொடுக்கைத் தூக்கும்
வளவனின் உடலில் சாறு அதிகம்
குடைக்கல்லில் இட்டு அரைத்துப் பிழிந்து
குழம்பு கூட்டினால்
அட.. அட...அட....
கொதிக்கும்போதே உடம்பு முறுக்கேறும்.

அதோ...
ஓரிடத்தில்
வட்டமாக வைக்கப்பட்டிருக்கும்
கற்களைக் காண்
ஒவ்வொன்றும்
பாசியேறி கருத்திருக்கின்றன
இடம்பெயர்ந்து போனவர்களின்
துயர் தோய்ந்த அடையாளங்கள் அவை
பார்த்த கணத்தில்
பலியிடப்பட்டவர்களின் தலைகளோ என நடுங்கிவிட்டேன்
இங்கிருந்த இனக்குழுக்கள்
வேட்டையாடப்பட்டனவோ என
மொத்தச் சருகலமும் ஆடிவிட்டது
எலே பங்காளி
காட்டுக்கு வெளியே வாழும் நம்மையே
துரத்துவதற்கு சட்டம் போடுபவர்கள்
காட்டுக்கு உள்ளிருப்பவர்களை
வேரோடு பிடுங்கி எறிய
ராணுவமே அனுப்புவார்கள் காண்
பூர்வகுடிகள் அழிந்துபோன காட்டில்
ஓயாமல் விலங்குகள் அழுமாம்
நான் நினைக்கிறேன்
அந்த அழுகைக் குரல்தான்
நம்மை வழிநடத்தும் திணைப்பாடலோ!

நூலாசிரியர் குறிப்பு:

அரியலூர் மாவட்டம், செந்துறையில் வசிக்கிறார். திரைத்துறையில் பணிபுரிகிறார்.

எழுதியுள்ள நூல்கள்

கவிதை:
எருமை மறம், கழுகைப்போல் பாம்பைப்போல் கொத்து, எள்ளுப்பூ நாசியின் களிப்பு, மலைமான் கொம்பு, ஊர்க்காரி ஒருத்தியின் காதல், வேட்டுவம் நூறு, நெடுநல் இரவு, பாணர் வகையறா, புத்தர் வைத்திருந்த தானியம், நொதுமலர் கன்னி, பேய்த்திணை
சிறுகதை நூல்: கிழவனின் காதலி
புதினம்: கொம்பேறி மூக்கன்
கட்டுரை: சக கவிஞர்

விருதுகள்:
1. உயிர்மை சுஜாதா விருது
2. வாசகசாலை விருது
3. தாழ்வாரம் இலக்கிய விருது
4. குமுதம்-கொன்றை சர்வதேச சங்க இலக்கிய விருது.
5. எழுச்சித் தமிழர் விருது
6. எஸ்.ஆர்.எம். தமிழ்ப்பேராய விருது
7. ஸீரோ டிகிரி இலக்கிய விருது